This book belongs to:

DUDLEY SCHOOLS
LIBRARY SERVICE

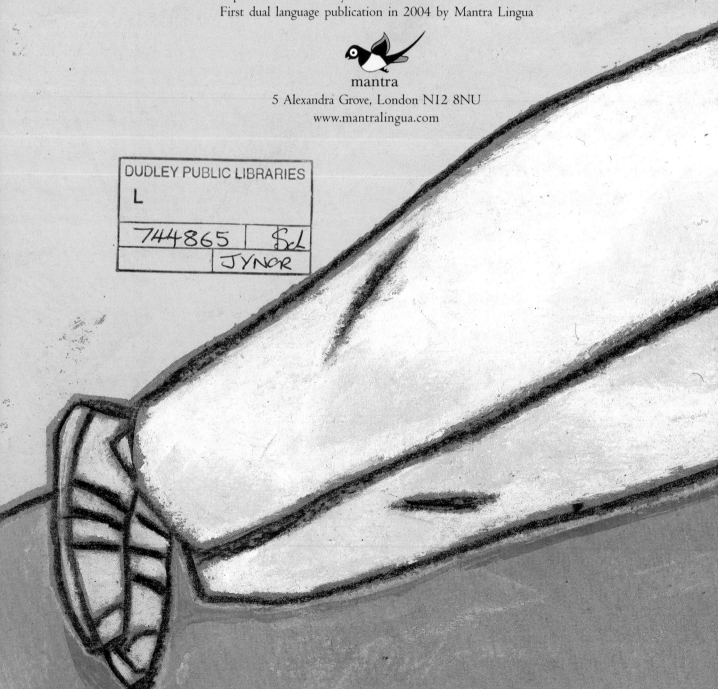

For my little Else.
A kiss from your giant - C.N.

Text copyright © 2004 Carl Norac
Illustrations copyright © 2004 Ingrid Godon
Moral rights asserted
Dual language copyright © 2004 Mantra Lingua
All rights reserved
A CIP record for this book is available
from the British Library.

First published in 2004 by Macmillan Children's Books, London
First dual language publication in 2004 by Mantra Lingua

mantra
5 Alexandra Grove, London N12 8NU
www.mantralingua.com

CARL NORAC

INGRID GODON

ਮੇਰਾ ਬਾਪੂ ਦਿਓ ਹੈ

My Daddy is a Giant

mantra

ਮੇਰਾ ਬਾਪੂ ਦਿਓ ਹੈ।
ਮੈਨੂੰ ਉਸ ਨਾਲ ਲਾਡ ਕਰਨ ਵੇਲੇ,
ਪੌੜੀ ਚੜਨੀ ਪੈਂਦੀ ਹੈ।

My daddy is a giant.
When I want to cuddle him,
I have to climb a ladder.

ਲੁਕਣ-ਮੀਚੀ ਖੇਡਣ ਵੇਲੇ,
ਮੇਰੇ ਬਾਪੂ ਨੂੰ ਪਹਾੜੀ
ਪਿਛੇ ਲੁਕਣਾ ਪੈਂਦਾ ਹੈ।

When we play hide-and-seek,
my daddy has to hide
behind a mountain.

ਅਤੇ ਜਿਸ ਵੇਲੇ ਬੱਦਲ ਥੱਕੇ ਹੋਣ,
ਉਹ ਹੇਠਾਂ ਆਣਕੇ ਮੇਰੇ ਬਾਪੂ ਦੇ
ਮੋਢਿਆਂ ਤੇ ਸੌਂਦੇ ਹਨ।

And when the clouds are tired,
they come and sleep
on my daddy's shoulders.

ਮੇਰੇ ਬਾਪੂ ਦੇ ਛਿੱਕ ਮਾਰਨ ਵੇਲੇ
ਤੁਫਾਨ ਵਾਂਗ ਹੁੰਦਾ ਹੈ।
ਉਹ ਸਮੁੰਦਰ ਨੂੰ ਪਰ੍ਹੇ ਉਡਾ ਦਿੰਦੀ ਹੈ।

When my daddy sneezes,
it's like a hurricane.
It blows the sea away.

ਮੇਰੇ ਬਾਪੂ ਦੇ ਹੱਸਣ ਵੇਲੇ,
ਇਕ ਹੋਰ ਤੁਫਾਨ ਵਾਂਗ ਹੁੰਦਾ ਹੈ।
ਦਰੱਖਤਾ ਤੋਂ ਸਾਰੇ ਪੱਤੇ ਝੜ ਜਾਂਦੇ ਹਨ।

When my daddy laughs,
it's like another hurricane.
All the leaves fly off the trees.

ਪੰਛੀ ਮੇਰੇ ਬਾਪੂ ਨੂੰ ਪਿਆਰ ਕਰਦੇ ਹਨ।
ਉਹ ਆਪਣੇ ਆਲ੍ਹਣੇ
ਉਸ ਦੇ ਵਾਲਾਂ ਵਿਚ ਬਣਾਉਂਦੇ ਹਨ।

Birds love my daddy.
They make their nests
in his hair.

ਸਾਡੇ ਫੁੱਟਬਾਲ ਖੇਡਣ ਵੇਲੇ,
ਹਮੇਸ਼ਾਂ ਮੇਰਾ ਬਾਪੂ ਜਿੱਤਦਾ ਹੈ।
ਉਹ ਫੁੱਟਬਾਲ ਦੀ ਚੰਦਰਮਾ ਜਿਨ੍ਹੀ
ਉਚੀ ਠੁੱਡ ਮਾਰ ਸਕਦਾ ਹੈ।

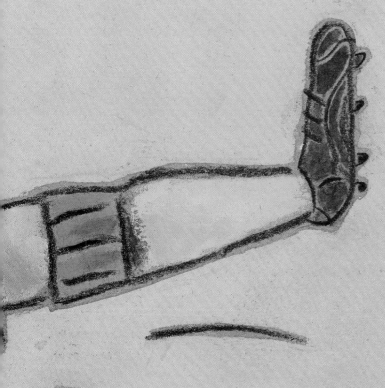

When we play football,
my daddy always wins.

He can kick the ball as high as the moon.

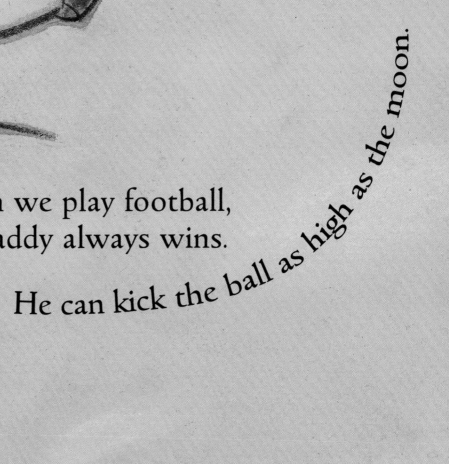

ਪਰ ਮੈਂ ਉਸ ਨੂੰ ਹਮੇਸ਼ਾਂ ਬੰਟਿਆਂ ਵਿਚ ਜਿੱਤਦਾ ਹਾਂ।
ਉਸ ਦੀਆਂ ਉਂਗਲੀਆਂ ਬਹੁਤ ਵੱਡੀਆਂ ਹਨ।

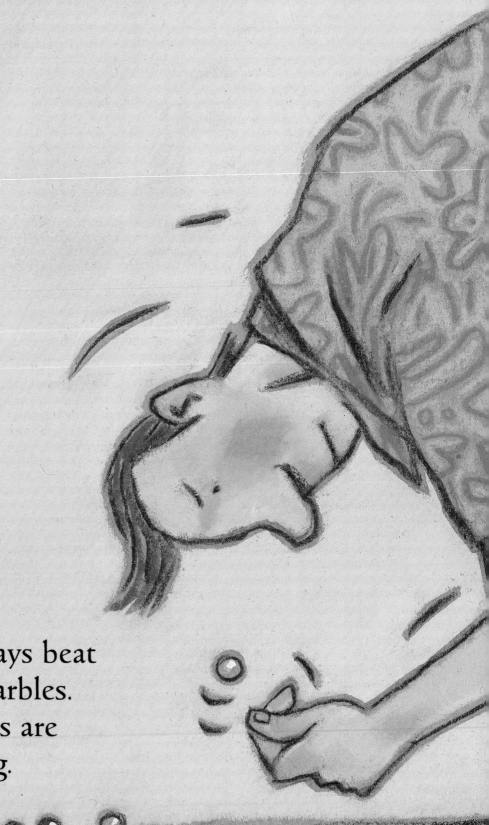

But I always beat
him at marbles.
His fingers are
far too big.

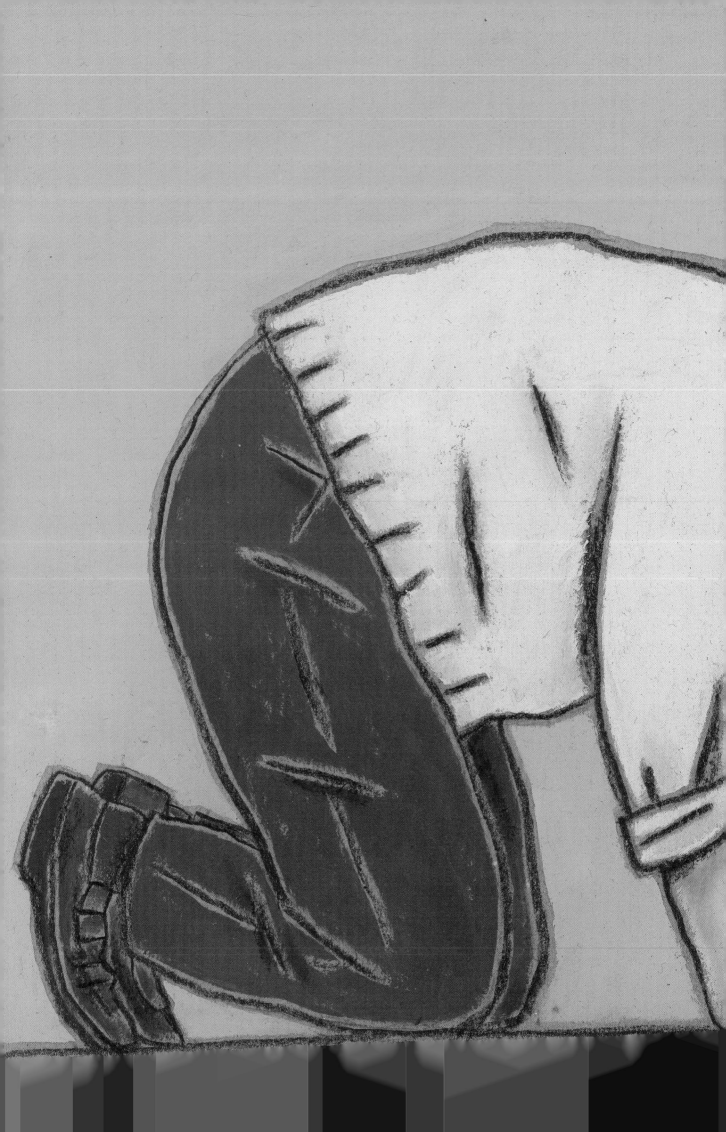

ਮੈਂ ਪਸੰਦ ਕਰਦਾ ਹਾਂ ਜਿਸ ਵੇਲੇ ਬਾਪੂ ਕਹਿੰਦੇ ਹਨ,
“ਤੂੰ ਮੇਰੇ ਜਿੰਨ੍ਹਾਂ ਲੰਮ੍ਹਾ ਹੋਈ ਜਾਂਦਾ ਹੈ!”

I like it when my
daddy says,
“You’re getting as
tall as me!”

ਮੇਰੇ ਬਾਪੂ ਦੇ ਨੱਸਣ ਵੇਲੇ,
ਜਮੀਨ ਕੰਬਦੀ ਹੈ
ਜਿਵੇਂ ਕਿ ਉਹ ਡਰਦੀ ਹੋਵੇ।

When my daddy runs,

the ground shakes

as if it was scared.

ਪਰ ਮੈਂ ਨਹੀਂ ਡਰਦਾ
ਕਿਸੇ ਚੀਜ਼ ਤੋਂ ਜਿਸ ਵੇਲੇ
ਮੈਂ ਆਪਣੇ ਬਾਪੂ ਦੀਆਂ ਬਾਹਾਂ ਵਿਚ ਹੋਵਾਂ।

But I'm not scared
of anything when
I'm in my daddy's arms.

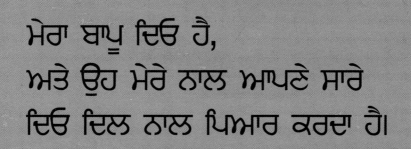

ਮੇਰਾ ਬਾਪੂ ਦਿਓ ਹੈ,
ਅਤੇ ਉਹ ਮੇਰੇ ਨਾਲ ਆਪਣੇ ਸਾਰੇ
ਦਿਓ ਦਿਲ ਨਾਲ ਪਿਆਰ ਕਰਦਾ ਹੈ।

My daddy is a giant,
and he loves me with
all his giant heart.